கனவில் ஆரம்பித்த காதல் இது

கவிஞர்.செள.பிரிதிவிராஜன். BCA

aelay
publish

கனவில் ஆரம்பித்த காதல் இது

கவிதை

ஆசிரியர் : கவிஞர். செள. பிரிதிவிராஜன். BCA ©

முதல் பதிப்பு : நவம்பர் 2022

வெளியீடு : ஏலே பதிப்பகம்

5/175, பாத்திமா நகர், கூத்தென்குழி,

திருநெல்வேலி - 627104

தொடர்புக்கு : +91 9944992571

Kanavil aarambiththa kaadhal idhu

Poetry

by S. Prithvirajan . BCA ©

First Edition : November 2022

Pages: 53

ISBN : 978-93-5533-454-1

Aelay Publish

Contact : +91 9944992571

Designed by : Aelay publish team

அணிந்துரை

கனவில் ஆரம்பித்தக் காதல் என்ற இக்கவிதை தொகுப்பில் எழுத்தாளர், கவிஞர். செள.பிரிதிவிராஜன் பல நிலைகளில் தன் பார்வையை செலுத்தியிருக்கிறார், சமகால பிரச்சனைகளையும், தீர்வுகளையும் இவரது கவிதை தொகுப்பில் காணமுடிகிறது.

குறையாதது:

தனியார் பள்ளி

கட்டணமும்

பையில் உள்ள

புத்தகமும் -- என்ற கவிதை கல்வியின் மறு கட்டமைப்பின்

தேவையை தெளிவாக்குகிறது பல நிலைகளில் இவரது ஆற்றல்கள் அளிக்கப்படுட்டுள்ளன.

"ஆற்றல் மாறாக் கோட்பாட்டை"-நினைவுப்படுத்தி தொடர்ந்து பல சமூகப்பிரச்சனைகளை கவிதை வழியாக எடுத்து சொல்லும் கவிஞரை வாழ்த்தி மகிழ்கிறேன்

வாழ்த்துக்களுடன்
முனைவர் சேகர்,
இந்தோ அமெரிக்கன் கல்லூரி,
செய்யார்.

வாழ்த்துரை

*"யாமறிந்த மொழிகளிலே தமிழ்மொழி போல்
இனிதாவதெங்கும் காணோம்"*

என்றான் மகாகவி பாரதி. அத்தகு நம் இனிமைத் தமிழ்மொழி தத்தம் பழமைக்குப் பழமையாய் புதுமைக்குப் புதுமையாய் தன்னைத் தகவமைத்துக் கொள்ளும் ஆற்றல் நிறைந்த மொழி, உலகின் முதன் மொழி, செம்மொழி ஆகும். மொழிகளுக்கெல்லாம் தாயாய் விளங்குவதும் நம் அன்னைத் தமிழ்மொழியே.

வேறு எந்த மொழியிலும் இல்லாத அளவுக்கு நம் அன்னைத் தமிழ்மொழியில் கடல் போல் இலக்கணங்களும், இலக்கியங்களும் விரவிக் காணப்படுகின்றன.

தமிழில் நமக்குக் கிடைத்த முதல் நூல் தொல்காப்பியம் தான். அத்தொல்காப்பியம் தொடங்கி இன்று வரை எண்ணற்ற நூல்கள் தோன்றி நம் அன்னைத் தமிழ்மொழியை வளப்படுத்தி வருகின்றன.

தொல்காப்பியமும், சங்க இலக்கியங்களும், சங்க மருவிய இலக்கியங்களும், பக்தி இலக்கியங்களும், காப்பியங்களும், சிற்றிலக்கியங்களும், சித்தர் இலக்கியங்களும், நவீன இலக்கியங்களும் என பல இலக்கியங்கள் நம் அன்னைத் தமிழ்மொழிக்குப் படையலாகின்றன.

அதேப்போல நம் அன்னைத் தமிழ்மொழி காலந்தோறும் எண்ணற்றோரை ஈன்றெடுத்து தன்னை அழியாத் தன்மையில் நிலை நிறுத்திக் கொள்கிறாள் எனலாம்.

கனவில் ஆரம்பித்த காதல் இது

"முந்து நூல் கண்டு முறைப்பட எண்ணிப்
புலந்தொகுத் தோனே போக்கறு பனுவல்"

என்கிறது தொல்காப்பிய சிறப்புப்பாயிரம். தொல்காப்பியன் அவனுக்கு முன்பு தோன்றிய நூலினை நன்கு ஆராய்ந்த பின்னரே தொல்காப்பியத்தைப் படைத்தான் என்பார் பனம்பாரனார்.

அப்படித் தான் தன்னுடைய வாசிப்பின் அனுபவத்தினால் இளம் வயதிலேயே இலக்கிய உலகில் புதுவரவாய் அடியெடுத்து வைத்து "தனிமையில் ஒரு பயணம்" என்ற கவிதை நூலின் மூலம் ஏற்கெனவே கவிஞராகி விட்டார் இளவல் பிரிதிவிராஜன்.

படிப்பது வேறு துறையாக இருந்தாலும் இலக்கியமெனும் காந்தத்தால் ஈர்க்கப்பட்டு இலக்கியம் எழுதி வருகிறார்.

"தனிமையில் ஒரு பயணம்" என்ற கவிதை நூலில் தொடங்கிய இளவல் பிரிதிவிராஜன் அவர்களின் முயற்சி *"கனவில் ஆரம்பித்த காதல் இது"* எனும் நூலாகத் தொடர்ந்திருக்கிறது.

இளவல் பிரிதிவிராஜன் இன்னும் பல பல படைப்புகளைப் படைத்து இலக்கிய உலகில் நிலைத்து வாழட்டும் என்றும், தமிழெனும் நெடுநல்வாடை அவர் மீது வீசட்டும் என்றும் மனதார வாழ்த்துகிறேன்.

இலக்கியமும் படைப்பாளர்களும் பெருகட்டும்! தமிழெனும் கடலின் பரப்பு உலகின் விளிம்பு வரை நீளட்டும்!

அன்புடன்,
கவிஞர் பாரதி,
முள்ளிப்பட்டு (ஆரணி).

கண்ணே:

கண்ணே என்ன
கலவரம் செய்தாயோ
தெரியவில்லை எனக்கு?

உன்னைக் காணும்
போதெல்லாம்
நெஞ்சம் பதறுகிறது!

சார்புக்கொள்கை உண்மை
என்று உணர்ந்தேன் உன்
கண்கள் என்னைக் கட்டி
இழுக்கும் போது!

நியூட்டனின் ஈர்ப்பு
விசையைக் கண்டேன்
உன் கண்களில்...
கண் திறந்து கனவு
காணவில்லை...
கண்ணே உன்னைக்
காணும் முன்வரை...!

மழை:

மழையே உன்னைக்
கண்ட மாத்திரமே
மனதில் ஆயிரம்
கேள்விகள் ...

எட்டாம் மாடியில்
இருந்து எட்டி
பார்ப்பவரும் உண்டு ...

ஏரியின் நடுவே
வீட்டைக் கட்டி
அதில் நீந்தி
பார்ப்பவரும் உண்டு...

டீ குடித்தபடி
உன்னை ரசிப்பவரும்
உண்டு...

டீ கடையின்
கூரையில் ஒதுங்கி
நிற்பவரும் உண்டு...

வீட்டில் போர்வை
போர்த்திக் கொண்டு
உன்னை ரசிப்பவரும்
உண்டு...

வீடே இல்லாமல்
ரோட்டில் நின்று
உன்னை வெறுப்பவரும்
உண்டு...

அழகு நிறைந்த
ஆபத்தும் நீயே!

அதிசயம் நிறைந்த
அமுதும் நீயே!

இந்த அவணியில்
உன்னைக் கண்டு
வியந்தவரில்
நானும் உண்டு...

செருப்பு:

சேற்றில் உன்னைச்
சுமந்தேன்.
சிறு முள்ளும்
உன்னைத்
தீண்டாமலும்
சுமந்தேன்

உன்னை என்றும்
சுமை என்று
எண்ணவில்லை
நீ என்னை
வாசலில் விட்டு
செல்லும் வரை!

தோல்வி:

நம்பிக்கை
அற்றவனின்
நம்பிக்கை
தோல்வி
என் காதல்:

அன்று காலை
திங்கள் சற்று
தாமதமாக வர?

இனம் புரியாத
பயத்தில்
பறவைகள் கூச்சலிட?

வண்ணத்துப்பூச்சி
வானத்தை அலங்கரிக்க!

சில்லென்ற காற்று
என்னைத் தழுவ!

என் இதய துடிப்பை
எண்ணிக் கொண்டு நான்!

பனி மூட்டத்தில்
படர்ந்த பேருந்து
என்னை நோக்கி
வந்தது..

கண்ணே உன்னைக்
காணா காலம் தந்த
வாய்ப்பு என்று
எண்ணினேன்...
அரசு விரைவுப்
பேருந்தில் விரைவாக
ஏறினேன்...

பயணத்தில் வழி
எங்கும் உன்
நினைவுகள் மட்டும்..
நடத்துநரின் குரல்
கேட்க என்
செவியில் நீ
இறங்கும் இடம்
என்று!

பேருந்தின் படியில்
பதற்றத்தோடு நான்?

உன்னைக் காண
மாட்டோமா என்று?
கடைசியில்
கண்டுவிட்டேன்.
என் காதல்
கலைக்கல்லூரியை.

உன் மனக்கூட்டில்:

சலசல பாய் இருந்த
வகுப்பு சட்டென்று
அமைதியானது?

என்னவென்று
நான் எண்ணிப்
பார்க்கையில் நீ
அங்கு இருந்த
அந்த நொடி....

தேவதையே
காணவில்லை
கண்ணே உன்னை
காணும் முன்வரை!

காற்றானது உன்னைக்
கடக்க உன்
காதோரத்தில் உள்ள
கம்பல் ஆட அதை
கண்டு கருங்கல்லிற்கும்
காதல் வருமடி....

ரோஜாக் கூட்டம்
சண்டையிட்டதடி
உன் கார்மேக
கூந்தலைச் சேர.........

பாரின் பாவம்
போனதடி உன்
பாதம் பட்டு..

 கனவில் ஆரம்பித்த காதல் இது

தேன் உண்ட
வண்டைப் போல
உன் கால் கொலுசு
சத்தத்தில் மயங்கியே
கிடந்தேனடி......
கல்வர்கள் கூட்டமோ
உன் காதலைத்
திருட காத்துக் கிடந்தது...

எங்கு இருந்து வந்ததடி
தெரியவில்லை
எனக்கு உன் மேல்
அவ்வளவு காதல் என்று!

கண் இமைக்கும்
நொடி பொழுதும்
கண்ணே உன்னைக்
காண்கிறேன்...
எதேதோ குறும்பு
செய்தேன் நானோ
உன்னைச் சிரிக்க வைக்க.

கனவிலாவது என்னைக்
காதலிக்க மாட்டாயோ
என்று காத்துக் கிடந்தேன்......

மதி இழந்தேன்
மதியே உன்னைக்
கண்ட பிறகு...

கைதியாகவாவது
கிடக்க நினைக்கிறேன்
உன் மனக் கூட்டில்......

அடிப்படை:

துணிந்து
கேள்வி
கேள்
தெரிந்தவனிடம்....
பணிந்து
பதில்
சொல்
தெரியாதவனுக்கு...

சிறை:

சிறைப்பிடிக்க
பட்டது
மனிதநேயமும்,
நேர்மையும்
மனதிற்குள்...
கம்பல்:

உன் காதோரம் சேர
காலம் கடந்து தவம்
செய்தது அந்தக் கம்பல்...

முத்தம்:

மூன்றாம் உலக
போர் நடந்தது எனக்குள்
நீ முத்தம் இட்ட பிறகு...
ரோஜா:

பனி மொட்டு
ஆனா நீ பகலில்
படறுகிறார்..

யாரும் உன்னைத்
தீண்டக் கூடாது
என்று வெளி
தோற்றத்தில்
முள்ளும்........

மனதளவில்
யாரையும்
காயப்படுத்த
கூடாது என்று
மென்மையான
உன் இதழும்
கொண்டு இருக்கிறாய்.....

 கன்வில் ஆரம்பித்த காதல் இது

யார் உனக்கு
முத்தம் இட்டார்
சொல்லு?

வெட்கத்தில் இப்படி
செவந்து இருக்கிறாய்...

காதலன் தன்
காதலைச் சொல்ல
எழுதும்
கடிதத்துக்குக்
காவலாக
செல்கிறாய் ....

சில சமயங்களில்
காதலுக்குத்
தூதாக செல்கிறாய்
இப்பொழுதாவது
உண்மையைச் சொல்
காதல் மீது
உனக்கேன்
இவ்வளவு
காதல்?...

மாற்றம்:

அன்று என
அருகில் நீ... .
இன்று உன்
நினைவில் நான்...

குறையாதது:

தனியார் பள்ளி
கட்டணமும்
பையில் உள்ள
புத்தகமும்...
அம்மா:

என் மீது அளவற்ற
அன்பு உடையவளே

இந்த பாரில்
நான் பிறக்கும்
முன்பே என் மேல்
பாசம் வைத்தவளே

பத்தாம் மாதம்
பனிக்குடம்
உடைந்து
நான் பிறக்கையில்

நீ பட்ட வலி
என்னவென்று
நான் சொல்ல

பிரசவ வலியில்
வந்த கண்ணீரை
விட என்னைக் கண்ட
ஆனந்தத்தில் வந்த
கண்ணீர் அதிகம்

உன் கரம் என்
மேல் பட்ட பொழுது
உன்னை நான்
உணர்ந்து
எழுப்பிய ஒலி....

இன்று வரை
யாராலும் அறிய
படாத ஒரு
மொழி ஆகும்

நான் பசி
என்று கூறாமலே
என்னைப் பார்த்து
என் பசியைப்
போக்கியவளே

நான் நடக்க
முயன்று
விழுகையில்
எனக்கு ஏற்பட்ட
வலியை விட

அதை கண்டு
உனக்கு ஏற்பட்ட
வலி அதிகம்
என்று நான்
அறியேன்

நான் பள்ளிக்குச்
செல்ல நீ
பகலெல்லாம்
மழை வெயில்
பாராமல்
உழைத்தாய்

உன் வியர்வையில்
முளைத்த விதை
நான் கல்லூரி
முடித்தேன்...

கல்லூரியில் பட்டம்
அளிப்பு விழாவில்
பதற்றத்தில் நான்
கூட்டத்தில் நீ

நான் பட்டத்தோடு
தங்க பதக்கத்தையும்
பெற்றதும்
அதிர்ச்சியில் அரங்கம்
மகிழ்ச்சியில் நீ

உன் கனவு
எனக்காக
கனவானதே
என்ற கவலை
இல்லாமல்
என் கனவு
நினைவாக
எனக்கு
துணையாக
நிற்கும்
என் உயிரே...

இப்படி நீ
உழைத்து
என்னை
உருவாக்கினாய்
இன்று நான்
உழைத்து
உன்னைப் பார்க்க
நினைக்கையில்

பிள்ளையின்
கஷ்டத்தைப்
பார்க்க கூடாது என்று
இவ்வுலகைப் பிரிந்தாயா
அம்மா?????????

அவள்:

காதலை அள்ளி
கொடுத்தவள்
என் கனவை
நினைவாக்க
வந்தவள்
என் கண்ணை
விட்டு மறைகிறாள்..

மறதிக்கு உன்னைப்
பிடிக்குமா
அப்படி இருந்தால்
என் தவறை
மறந்து
ஏற்றுக்கொள்

தொலைவில்
இருந்து
காதலித்தேன் உன்னை
நீ தொலைவாய்
என்று அறியாமல்?...

இணையதளம்

என் இதயத்தின்
இறுதி நொடி
இணையத்தில்
உன்னைத் தேடினேன்..

மழை துளி:

பூமியின்
வறட்சியைக் கண்ட
வான்
தேவதையின்
கண்ணீர்
அலைபேசி

என்னை அறியா
என் அன்றாட
வாழ்வில்
இணைந்தவன்....

கண் முன்
இல்லாதவர்களிடம்
கண பொழுதில்
பேச வைத்தவன்....

காதலுக்குத் தூது
செல்பவன் அவசரத்திற்கு
உதவி செய்பவன்.....

இருந்தாலும் ஆபத்தை
உண்டு செய்பவனும் நீயே

அநியாயத்திற்கு துணை
புரிபவனும் நீயே

காலம் கடந்து
நியாபகங்களைக்
கடந்து வருபவனும்
நீயே........
கண்ணிமைக்கும்
நேரத்தில் மனதை
காயப்படுத்துபவனும்
நீயே.......

நிஜத்தை
உரைப்பவனும்
நீயே .....
நிம்மதியைக்
கெடுப்பவனும்
நீயே.....

நிலையற்ற
அன்பைத் தருவதும்
நீயே நிழலின்
உருவம் நீயே.

சொல் நீ யார்
என்று நல்லவனா?
கெட்டவனா?

ஏழையின் ஏக்கம்:

மூன்று வேளை
உணவு ஆனதோ
கனவு?

தண்ணீர்:

வான் தேவதையின்
வரம் நீ...
நிறமற்ற உன்னை
நிரந்தரமாக
உரிமைக் கூறும்
அதிகாரம் யாருக்கும்
இல்லை...
நிழல்:

நிலையற்ற
நீ மட்டும்
என்னுடன்
நிரந்தரமாய்

நிலா:

இருளில்
உலகை
உலாவரும் நீ
பகலில் யாரை
கண்டு மறைகிறாய்
வறுமை:

ஒழிவின்றி ஓடும்
மக்களின் மறு புறம்

கற்றல்:

நிகழ்ந்து
கொண்டே இருக்கும்
கல்லறை சேரும்
வரை கற்றல்.
உறக்கம்:

மரணத்தைக்
கண்டு பயத்தில்
சில மணி
நேரம் ஒத்திகை

சூரியன்:

யார் உன்னை
பற்றவைத்தது
இன்றும்
அணையாமல்
எரிந்து
கொண்டு
இருக்கிறாய்

வேலையில்லாத் திண்டாட்டம்:

கல்லூரியில்
பிடித்ததை
படிக்க சென்று
அனைத்து
போட்டிகளிலும்
வென்று பெற்ற
பட்டம் பலனின்றி
போனது...

பட்டதாரியின் கேள்வி:

பட்ட படிப்பும்
இருக்கிறது.....
திறமையும்
இருக்கிறது.....
வேலை இருக்கிறதா???????
தின கூலி:

செக்கு மாடாய்
உழைக்கிறான்....
ஒரு வேலை
உணவிற்காக............

மேகம்:

யார் குளித்துவிட்டு
போனது????????????
வானெங்கும் நுரை!!!!!

என் சமுதாயம்:

எனக்குச் சரி
தவறு என்ற
பாகுபாட்டைக்
கற்றுத் தந்த
என் சமுதாயம்........

நான் குழப்பத்தில்
இருக்கும் போது
என்னைத் தெளிவு
படுத்தும்
என் சமுதாயம்......

அநியாயத்தைக்
கண்டு ஒதுங்கி
நிற்பது ஏன்??????

பிரச்சனையைக்
கண்டு பின்
வாங்குவது ஏன்??????
சமத்துவம்
பழக வேண்டிய
இடத்தில் சாதி
பார்ப்பது ஏன்????

எல்லாம் ஓர்
தாய் வயிற்று
பிள்ளை என்று
சொல்லும் நாட்டில்
ஒற்றுமையில்லாதது
ஏன்?????????

கடவுளுக்குக்
காணிக்கை
அளிப்பவன்
ஏழைக்கு
கடைகண்
காட்ட மறுப்பது ஏன்?????

என்னை வழி
நடத்திச் செல்ல
வேண்டிய என்
சமுதாயம் வேறு
வழியில் செல்கிறது.........

தேர்தல்:

பழுதான தெரு
விளக்குப் புதிதானது.....

சிதறிய உணவை
சூழ்ந்த எறும்பை
போல
ஓட்டிற்கு சூழ்ந்தது
அரசியல் கட்சி....

ஆண்டியும்
அரசன் ஆவான்
அன்று ஒரு
நாள் மட்டும்.

காற்று:

நீயும் என்னை
போலவா
யாரையோ
தொலைத்துவிட்டு
தேடிக்கொண்டு
இருக்கிறாய்
நேரம் காலம்
பாராமல்...
கடல்

கனவில் வந்த
உன் காதலியைத்
தேடி கரை புரண்டு
ஓடுகிறாயே??????

அவள் அங்கு
இருப்பாள் என்றா?????

விண்வெளி:

ஆயிரம் செயற்கைக்கோள்
செய்து அனுப்பினாலும்
அறியப்படாத அதிசயம் நீ!
உழவன்:

நிலத்தை பக்குவப்படுத்தி
பட்டம் பார்த்து
விதை விதைத்து
நீரிட்டு களை நீக்கி
உரம் போட்டு
பெற்ற பிள்ளைப் போல
பாதுகாத்து.....

காற்று மழையில்
இருந்து காப்பாற்றி
கதிர் அறுவடை
செய்து தனக்கு
இல்லை என்றாலும்
ஊருக்கு தருபவனே
உழவன்......

பூ:

பூவே உன்னைக் காண
உன் மனமே வழிகாட்டியது...
விதை:

வீசி எறிந்தாலும்
மண்ணில்
புதைத்தாலும்
மழை அடித்தாலும்
மண் உன்னை
மறுத்தாலும்
மரணத்தை
மீறி ஜனனம்
எடுக்கிறாய்...

வெறும் பை:

தனியார்
பள்ளியில்
பிள்ளையைப்
படிக்க
வைக்க
நினைத்த
தந்தையின்
சட்டை பை
ஆனது
வெறும் பை.
வெண்ணிலா:

எட்டாத
தூரத்துல
இறுக்குற நிலவ
எட்டிப்பிடிக்க
தீட்டாத திட்டம்
இல்ல.....

வட்டமா உன்ன
கான மொத்தமா
பதினைந்து நாள்
காத்து இருந்த.....

பகலெல்லாம்
உன்ன பார்க்கணும்
நெனச்சிருந்தன்

இரவெல்லாம்
உன்ன பார்த்துக்
கண் விழிச்சிருந்தன்

என் மனசு புரிஞ்சும்
வானில் இருந்து
இறங்கி வர மறுக்குற..

பாரில் ஆயிரம்
வண்ணப்பூக்கள்
இருந்தாலும்
வெண்ணிலவே
உனக்காக நான் ஏங்குற...

மின் கட்டணம்:

ஒளி தரும்
என்று
நினைத்தேன்
வலி தந்தது
மின் கட்டணம்....

வருத்தம்:

எந்த நோயும்
இல்லை
வருத்தம்
மருத்துவருக்கு...
அப்பா:

வலி எதுவும்
தந்தது இல்லை
நீ எனக்கு

நான்
வலிமையாக
இருக்க
வேண்டும்
என்ற ஆசை
உனக்கு......

பொய்
கோபத்தைக்
கொட்டித்
தீர்ப்பாய்
என் மீது.......

உன்னிடத்தில்
என்றும் நான்
குழந்தை என்ற
எண்ணம்
மாறாது.....

எனக்குச்
சிறந்த
கல்வி
தந்தாய்
உண்ண உணவு
தந்தாய்.........

அணிய ஆடை
தந்தாய்....

இப்படி நீ
பெறாத
அனைத்தும்
தந்தாய்....
நீ பெற்ற
துன்பத்தைத் தவிர......

சில
நேரங்களில்
உம் கடுங்
கோபத்தை என்
சிறு கண்ணீர்
போக்கிவிடும்.....

எச்சூழலிலும்
என் நிழல்
போல் என்னுடன்
நின்றவனே......

என் நம்பிக்கைக்கு
உருவம் தந்தவனே...

தயக்கம் என்ற
சொல்லைத்
தகர்த்தவனே....

எனக்குள்
தைரியம்
என்ற சொல்லை
விதைத்தவனே.....

எனக்காக
இரவும் பகலும்
உழைத்தாய்
நீ.......

நான்
சாதிப்பேன்
என்ற
நம்பிக்கையில்
சரித்திரத்தில் இடம்
பிடிப்பேன் என்ற
தைரியத்தில்...

உன் ஒவ்வொரு
துளி வியர்வையும்
தான் என்னை
இன்று வெற்றி
வீரனாய் திகழ
வைத்தது............

 கனவில் ஆரம்பித்த காதல் இது

அம்மா:

என் உணர்வுகளுக்கும்
மதிப்பளிப்பவள்.....

நட்பு:

உன்னைப் பற்றி
எதுவும்
தெரியாமல்
தோன்றியது
ஒரு உறவு....
வெற்றி:

உன் இலக்கை
நோக்கி நகர்ந்து
கொண்டே இரு

பல நேரம்
நொடி முள்
போல சுற்றி வந்தாலும்
வெற்றி கிட்டும்......

சில நேரம்
மணி முள்ளைப்
போல ஒரு
அடியிலும்
வெற்றி கிட்டும்.....

 கனவில் ஆரம்பித்த காதல் இது

தோடு:

காற்றானது இசை
அமைக்க அதற்கு
நடனம் ஆடியது உன்
காதோர கம்பல்....

அன்பு:

பல நேரம்
பாசத்திலும்
சில நேரம்
கோபத்திலும்
கண்டேன்:

அறியாமை:

கிடைக்காததை
தேடிச் செல்வதும்
கிடைத்து
உன்னுடன்
இருப்பதை
வெறுத்து
செல்வது தான்
அறியாமையின்
அடிப்படை...
சமத்துவம்:

துடிக்கும்
இதயமும்
பெருகும்
குருதியும்
ஒரே நிறம்
தான்.....

அனைவருக்கும்
இதில்
எங்கிருந்து
வந்தது
ஓராயிரம்
சாதி.....

மக்களை
ஆண்டவர்களும்
அரசியல்
வாதிகளும்
செய்த சதி
இந்தச் சாதி....

பிரிவினையை
விதைத்து
பிரிவோம்
என்று நினைத்து
மதம், சாதி
என்ற சாக்கடையை
உருவாக்கினார்கள்...

சாதி, மதம்
என்ற பெயரில்
இதுவரை பல
சீரழிவை
ஏற்படுத்தினார்கள்.....

சிறுவர்கள்
மனதில்
சாதி, மதம்
என்ற நஞ்சை
விதைத்து
பள்ளி, கல்லூரி
அனுப்பினார்கள்....

கல்வி ஒருவனுக்கு
ஒழுக்கத்தோடு
சமத்துவத்தையும்
கற்றுக் கொடுக்கும்
என்று அவர்கள்
அறியவில்லை........
போராட்டம்
வெடிக்க
சாதி, மதம்
மண்ணில்
புதைக்க
பெரியார்
போன்றவர்
பிறப்பார்
என்று அறியவில்லை....

இருப்பினும்
சமத்துவம்
பழகவில்லை
என்றால்....
சாதி என்னும்
சாக்கடையில்
முழுகி சாகட்டும்
இச்சமுதாயத்தினர்......

www.ingramcontent.com/pod-product-compliance
Lightning Source LLC
LaVergne TN
LVHW041440170726
843492LV00008B/2714